© 2021 Gunnhildur Stella Pálmarsdóttir
Öll réttindi áskilin
Útgefandi: Milk & Honey Books
www.milkandhoneybooks.com
Hönnun og umbrot: Linda Þuríður Helgadóttir

ISBN TP: 978-1-953000-10-1

FINNUM
JAFNVÆGI

TILEINKAÐ

Þessi bók er tileinkuð unglingunum í lífi mínu sem eru fyrirmynd þegar kemur að því að skrifa niður hugsanir sínar. Þið vitið hver þið eruð.

FINNUM JAFNVÆGI

Dagbók sem hjálpar þér að hlaða og halda jafnvægi milli þess að vera og gera.

Nafn

_____

Upphafsdagsetning:

_____

Á ferð þeirra kom Jesús í þorp nokkurt, og kona að nafni Marta bauð honum heim. Hún átti systur, er María hét, og settist hún við fætur Drottins og hlýddi á orð hans. En Marta lagði allan hug á að veita sem mesta þjónustu. Og hún gekk til hans og mælti: „Herra, hirðir þú eigi um það, að systir mín lætur mig eina um að þjóna gestum? Seg þú henni að hjálpa mér." En Drottinn svaraði henni: „Marta, Marta, þú ert áhyggjufull og mæðist í mörgu, en eitt er nauðsynlegt. María valdi góða hlutskiptið. Það verður ekki frá henni tekið."

Lúkas 10:38-42

FORMÁLI

Í gegnum tíðina hef ég skrifað mikið. Það hefur hjálpað mér að átta mig á því hvert ég vil stefna og mér líður oft eins og ég átti mig á heildarmyndinni þegar ég er búin að gefa mér tíma til að skrifa. Ég hef oftar en ekki verið með eina stílabók til að skrifa í og aðra bók sem flokkast meira sem skipulags dagbók. Í hana get ég skrifað niður hvað ég þarf að gera þann daginn og haft yfirsýn yfir þau verkefni sem ég er að vinna að. Ég hef keypt allskonar dagbækur í gegnum tíðina en hef saknað þess að geta ekki skrifað nægilega mikið af því sem ég er að hugsa í þær. Í langan tíma hef ég haft draum um að eiga dagbók sem inniheldur þau atriði sem mér finnast mikilvægust á vegferð minni í átt að einfaldara lífi. Nú hefur sá draumur orðið að veruleika. Þegar þessi dagbók var að mótast hugsaði ég til þín. Mig langaði til þess að dagbókin yrði einföld í notkun en jafnframt að hún myndi hjálpa þér að ná þeim markmiðum sem þig dreymir um. Þess vegna ákvað ég að blanda saman nokkrum þáttum sem hafa nýst mér vel á minni vegferð í átt að einfaldara lífi í þeirri von um að það nýtist þér vel líka. Þú munt kynnast hugtökunum lífshjólið, hleðsla og flæðiskrif. Ekki láta ný hugtök slá þig út af laginu heldur taktu þeim fagnandi.

Gangi þér vel!

Gunna Stella

mánaðarlega

LÍFSHJÓLIÐ

Lífshjólið hjálpar þér að átta þig á hvaða svið lífs þíns þú þarft að einblína sérstaklega vel á. Það hjálpar þér líka að sjá hvað gengur vel og hvað má betur fara. Markmiðið með þessu verkfæri er að þú áttir þig betur á hvað þú þarft að einbeita þér að til þess að skapa meira jafnvægi í lífi þínu. Á þessu lífshjóli sérðu tólf svið sem öll hafa áhrif á hvernig þér líður andlega og líkamlega.

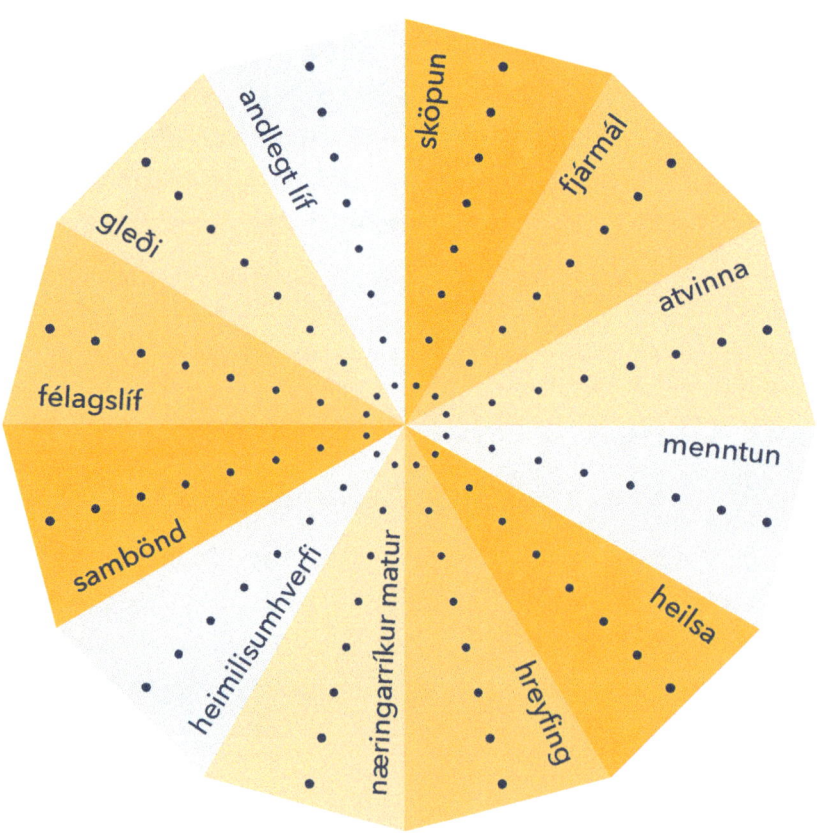

mánaðarlega

- **Sköpun** — Ertu að gera eitthvað skapandi? Prjóna, föndra, hekla, mála, baka, hanna o.s.frv.

- **Fjármál** — Hvernig er staðan í fjármálum? Undir þetta svið flokkast peningamálin, skuldir, laun og allt það sem tengist afkomu þinni.

- **Atvinna** — Hvernig líður þér í vinnunni? Vinnan er það sem þú eyðir stórum hluta dagsins í. Það getur verið að þú farir af heimilinu og vinnir á ákveðnum stað eða þú sinnir vinnu heima. Starfsendurhæfing og skóli flokkast líka sem vinna.

- **Menntun** — Ertu sáttur við þá menntun sem þú hefur? Ég hef haft fólk á námskeiði hjá mér sem er með grunnskólamenntun og vill ekki mennta sig meira. Ég hef líka haft fólk á námskeiði hjá mér sem er með nokkrar háskólagráður en vill gjarnan mennta sig meira. Vilt þú mennta þig meira?

- **Heilsa** — Hvernig er heilsan? Undir þetta svið flokkast bæði andleg og líkamleg heilsa.

- **Hreyfing** — Undir þetta svið flokkast sú hreyfing sem þú stundar. Ertu að stunda næga hreyfingu? Það er mikilvægt að bera sig ekki saman við aðra heldur við sjálfan sig.

mánaðarlega

- **Næringarríkur matur** — Borðar þú næringarríkan mat? Undir þessu sviði erum við að skoða hversu mikið af matnum sem þú borðar er góð hleðsla eða gott „bensín" fyrir líkama þinn.

- **Heimilis umhverfið** — Hvernig líður þér heima? Er heimilið griðarstaður eða upplifir þú streitu á heimilinu?

- **Sambönd** — Hvernig eru samböndin í lífi þínu? Nánasta fjölskylda, maki, börn og nánir vinir. Er staðan á þeim góð eða eitthvað sem þú þarft að vinna í?

- **Félagslíf** — Áttu gott félagslíf? Eru vinir þínir að hafa góð áhrif á þig? Ertu að stunda félagslíf sem þú hefur gaman af eða mættirðu gera betur?

- **Gleði** — Hversu mikil gleði er í lífi þínu?

- **Andlegt líf** — Ertu að stunda andlegt líf? Til dæmis bæn og/eða hugleiðslu.

Lífshjólinu kynntist ég í námi mínu í Heilsumarkþjálfun hjá IIN. Þú munt sjá að lífshjólið birtist reglulega í dagbókinni. Ástæðan er sú að það er gott að skoða lífshjólið á nokkurra vikna fresti. Það er gott að rýna í hvaða svið hafa breyst til batnaðar og hvað má bæta. Markmiðið er ekki að skora sem hæst á hverju einasta sviði lífshjólsins. Markmiðið er að við fögnum sigrunum og áttum okkur á því þegar við erum að vanrækja eitthvað svið lífs okkar. Þá fáum við tækifæri til að leggja meiri áherslu á það svið. Með því getum við upplifað meira jafnvægi og þar af leiðandi meiri hugarró í lífi okkar.

mánaðarlega

Þú vinnur lífshjólið á eftirfarandi hátt

Miðjan á hjólinu táknar töluna núll og eftir því sem þú ferð utar á hjólið hækkar talan. Hærri tala þýðir að þú sért sáttari. Á hjólinu sérðu punkta. Þitt hlutverk er að meta hvert svið og merkja við þann punkt sem þér finnst eiga við þitt líf þann dag sem þú gerir lífshjólið. Ekki hugsa um vikuna sem er liðin eða árið sem er liðið. Við erum að taka stöðutékk á því hvernig þér líður gagnvart tilteknum sviðum í dag. Síðan dregur þú línu á milli punkta. Þannig áttar þú þig á því hvernig lífshjólið þitt lítur út í dag. Því næst svararðu spurningunum sem fylgja. Loks velurðu hvaða svið þú vilt einblína á næsta mánuðinn og setur þér markmið út frá því. Það eru til margar góðar leiðir til að setja sér markmið en ég mæli með því að tengja nýja venjur aðrar venjur sem eru nú þegar orðnar partur af lífi þínu. Dæmi: Ég vildi fara oftar í göngutúr. Ég hafði fram að þessu hlustað mikið á bækur þegar ég var að vinna húsverk eða þrífa Airbnb íbúð sem við hjónin vorum með. Til þess að fá meira súrefni valdi ég það að hlusta á bækur og hlaðvörp þegar ég fór í göngutúr og setti mér þannig nýtt markmið og bjó til nýja venju.

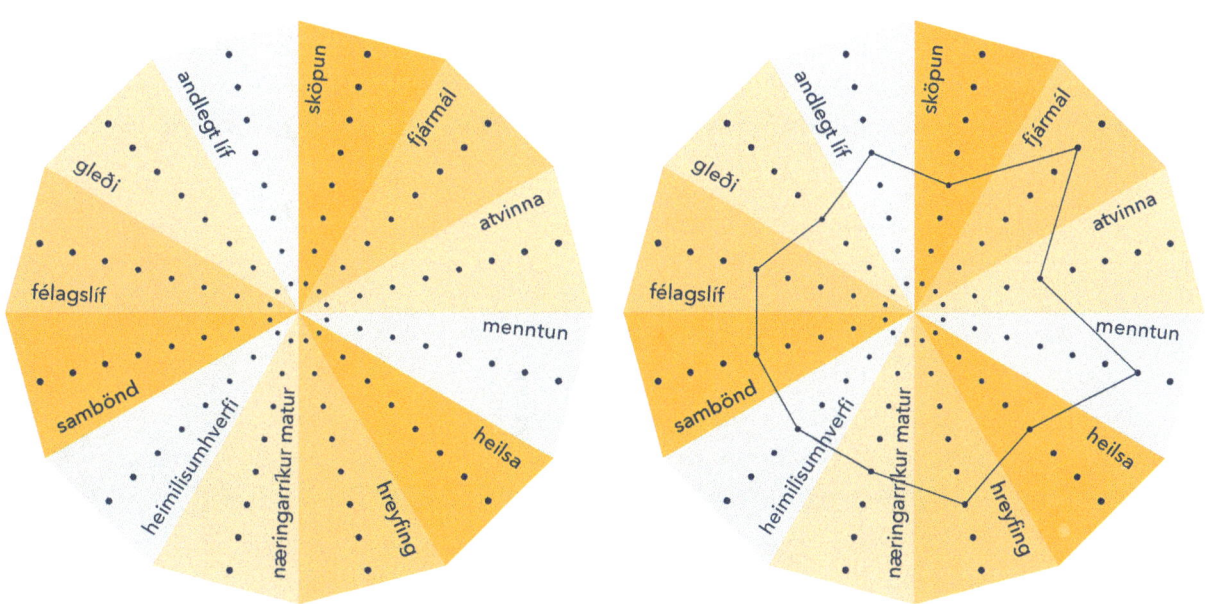

daglega

FLÆÐISKRIF

Það að skrifa niður líðan okkar er magnað verkfæri. Þegar maður skrifar án þess að sía hugsanir sínar eða flokka þær niður getur maður upplifað ákveðna lausn. Það að skrifa til þess að fá svar við spurningum sínum eða til þess að skrá daginn niður og gera hann upp er eitthvað sem fólk hefur gert árum saman. Dagbókarskrif geta tekið á sig ýmis form.

Í þessari dagbók mun ég kalla þau Flæðiskrif. Orðið lýsir því mjög vel hvað átt er við. Þetta eru skrif sem við gerum í flæði. Án þess að sía, skipuleggja eða plana. Þetta er ein leið til þess að koma hugsunum okkar á blað og hefur reynst fjölda fólks mjög vel. Í heilsueflandi ferðum sem ég hef farið með kvennahópum til Tenerife hef ég notað þessa aðferð. Í þeim ferðum hvatti ég þær til þess að taka 30 mínútna kyrrðarstund. Engin talaði saman heldur gáfu þær sér allar tíma til þess að skrifa og koma hugsunum sínum á blað án þess að hafa röð og reglu á því hvernig þær skrifuðu.

Þetta er eitt af þeim verkfærum sem ég nýti mér reglulega. Ég hvet alla til að nýta sér þetta verkfæri hvort sem það eru börn, unglingar eða fullorðnir. Þetta er verkfæri sem hjálpar manni að koma hugsunum sínum á blað, átta sig á hvert maður vill stefna og hvaða skref maður þarf að taka næst.

> Ég get hrist allt af mér þegar ég skrifa; sorgir mínar hverfa, hugrekki mitt kemur að nýju.
> - Anne Frank

daglega

FLÆÐISKRIF

Hér fyrir neðan má sjá sýnishorn sem ég skrifaði. Ég vildi gefa þér innsýn í hversu einfalt þetta er en líka hversu óskipulagt þetta er. Þú þarft ekki að skrifa eftir neinu skipulagi. Þú mátt leyfa huga þínum að flæða og vittu til, það koma ótrúlega áhugaverðir hlutir fram.

Innsýn í Flæðiskrif Gunnu Stellu
Vor 2020

Nýr dagur, nýtt tækifæri. Ég er þakklát en samt með höfuðverk. Ég veit ekki af hverju. Ekki er það kaffileysi allavega. Nú er að koma helgi. Það verður gott að fá hvíld. Gott að hlaða. Nú er að koma sumar. Ég er spennt að fá systir mína til landsins. Ég er líka ótrúlega þakklát fyrir að Covid -19 setti mig ekki á hliðina. Það er magnað í ljósi þess hvaðan ég kem. Ég hefði ekki trúað því einu sinni að ég hefði náð að höndla þetta jafn vel og ég hef getað gert. Mikið er ég þakklát fyrir það. Ég er líka spennt fyrir framtíðinni. Spennt að sjá hvaða dyr munu opnast. Ég hef alltaf þessa innri hvöt að taka næsta skref þó svo það sé erfitt. En það hjálpar mér að vaxa er það ekki? Ég veit ekki hvað ég geri með næstu Tenerife ferð. Ætli það verði flogið? Ef það verður flogið langar mig að fara með hóp aftur út. Vá, það er svo gott að fyrir fólk að taka sig afsíðis og gefa sér tíma til að vaxa, hlaða og vera. En hvernig ætla ég að gera það næstu daga? Jú, ég ætla að vera úti. Borða góðan mat og það væri gaman að hitta góða vini.

daglega

HLEÐSLA DAGSINS

Daglega hefur þú tækifæri til þess að skoða hvernig þú getur hlaðið sjálfan þig. Ég sé það alltaf fyrir mér að við séum eins og sími sem þarf reglulega að skella í hleðslu. Flestir hlaða símann sinn daglega en hugsa ekki jafn vel um að hlaða sig persónulega. Því finnst mér mikilvægt að við skoðum daglega hvernig við getum hlaðið okkur svo það líði ekki bara dagar og jafnvel vikur þar sem við göngum á örlítilli varahleðslu.

Í þessum hluta skoðum við hvernig hægt er að hlaða sig líkamlega. Ætlarðu að hreyfa þig á einhvern hátt og passa upp á að líkami þinn fái þá hleðslu sem hann á skilið hvort það sem það er hreyfing, hvíld eða næring. Í sumum tilfellum felur það í sér að gefa sér tíma til að slaka á en í öðrum tilfellum að hreyfa sig eða teygja á.

Við skoðum einnig hvernig þú ætlar að hlaða þig andlega. Hvað byggir upp þinn „innri" mann. Ætlarðu að gefa þér tíma í þögn, bæn, hugleiðslu eða einhverju slíku? Hvað er það sem þú gerir til að hlaða þig andlega?

Hvernig geturðu hlaðið þig félagslega? Ætlarðu að hitta vin/vinkonu, bjóða fólki í mat, fara í mat, hringja í ættingja. Listinn er endalaus og mjög misjafnt hvað fólk flokkar sem hleðslu á þessu sviði. Fyrir suma er það hleðsla að fara á fjölmennan viðburð á meðan það dregur af öðrum. Fyrir suma er það hleðsla að verja tíma með góðum vini á meðan aðrir velja að hitta nokkra útvalda. Hvað hentar þér?

Taktu þér tíma til að hlaða rafhlöðurnar. Það er erfitt að sjá hvert þú ert að fara þegar ljósin eru dauf.
- Robert H. Connelly

daglega

VERKEFNI DAGSINS

Það er afskaplega gott að hafa yfirsýn yfir þau verkefni sem þarf að sinna. Mér finnst mjög gott að skrifa niður hvað ég þarf að gera. Hvort sem það er vinnutengt eða fjölskyldutengt. Það er ótrúlega góð upplifun að merkja við verkefni sem búið er að ljúka. Í þessari dagbók hefur þú tækifæri til þess að skrifa niður þau verkefni sem bíða þín og forgangsraða þeim. Þú getur síðan hakað við verkefni þegar þú ert búin með með þau og klappað þér á bakið þegar þau eru búin og jafnvel sagt „vel gert!" upphátt við sjálfa/n þig.

Dæmi:

- ☐ Undirbúa matarboð
- ☐ Panta og sækja mat
- ☑ Fara með bílinn í dekkjaskipti
- ☑ Vökva blómin
- ☐ Hringja í mömmu
- ☐ Fara á bókasafnið
- ☐ Fara í göngutúr
- ☑ Klára ritgerðina

Að hafa yfirsýn yfir verkefni dagsins er einfaldara líf.
- Gunna Stella

daglega

EINFALDARA LÍF

Daglega hvet ég þig til að svara spurningunni. Hvað get ég gert til að einfalda lífið? Mér finnst mikilvægt að hafa þessa spurningu með þar sem sem við þurfum að taka ákvörðun á hverjum degi um að halda okkur á vegferð einfaldara lífs. Það gerist ekki af sjálfu sér. Með því að svara þessari spurningu getum við tekið markvissa ákvörðun um að einfalda lífið daglega.

Fyrir suma getur það þýtt að elda kvöldmat áður en börnin koma heim úr skólanum. Fyrir aðra gæti það þýtt að segja nei við fundarboði. Lífið býður upp á allskonar aðstæður og við þurfum að velja að taka stjórn á lífi okkar og horfa á það í gegnum gleraugu einfaldara lífs.

Dæmi:

Hætta að fresta – ==Panta mat og sækja í búðina== – ==Segja nei== – Hlaða mig daglega – Fá fjölskylduna til að hjálpa til við húsverk – ==Sofa nóg== – Lesa eitthvað skemmtilegt – ==Hitta vini== – Hlæja – Vinna minna – Slökkva á símanum – Skapa meira – Skipuleggja mig – Fækka hlutum – Kaupa minna – ==Vera í núinu== – Gera matseðil – Gera hæfilegar kröfur á mig og aðra

---

Þú minnkar flækjustigið ef þú einfaldar lífið.
- Gunna Stella

daglega

ÞAKKLÆTI

Það hefur oft verið sagt hamingjusamt fólk sé þakklát! Nei, það er því miður ekki svo einfalt. Þakklátt fólk er hamingjusamt.

Ég hvet þig til þess að skrifa niður a.m.k þrjá hluti á dag sem ástæða er til að þakka fyrir í þessa dagbók. Staldraðu aðeins við. Upplifðu tilfinninguna.

- Makinn (stundum tökum við maka okkar sem sjálfsagðan hlut í amstri lífsins)
- Börnin (tíminn líður svo hratt)
- Lífið
- Ný tækifæri
- Vinir
- Húsnæði
- Trúin
- Náttúran

Þegar við skoðum málið heiðarlega eigum við öll svo mikið að þakka fyrir.

Þakklæti hefur áhrif. Það er mælt með þakklætisæfingum í flestum sjálfshjálparbókum og sálfræðingar mæla margir hverjir með því að telja upp hluti sem þú ert þakklátur fyrir áður en þú ferð að sofa. Þetta er ekkert nýtt. Við þurfum að velja þakklæti.

Sá er vitur sem syrgir ekki það sem hann ekki á,
heldur gleðst yfir því sem hann hefur.
- Epictetus

dagsetning	mánaðarlega

LÍFSHJÓLIÐ

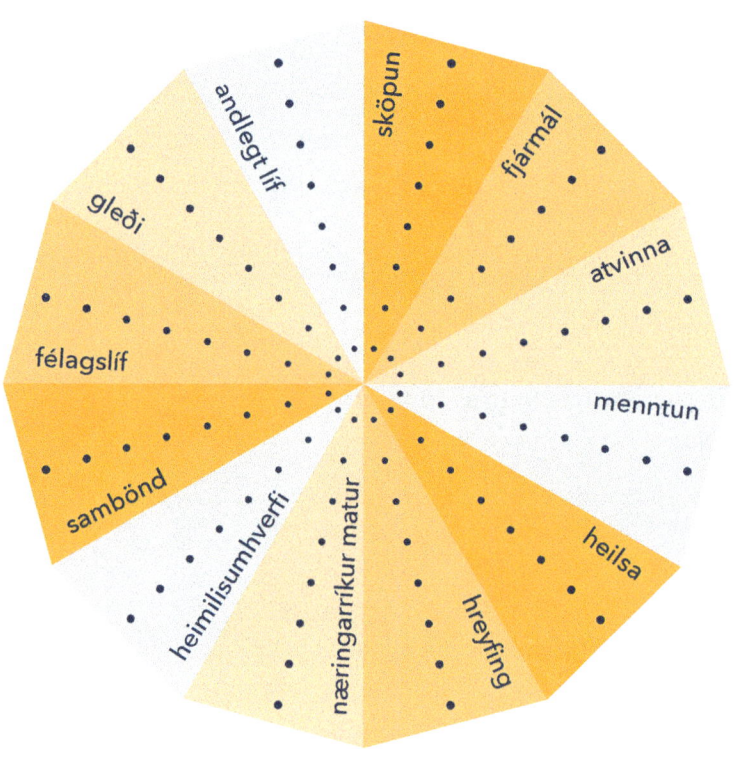

Hvað skorar hæst?
_____

Hvað skorar lægst?
_____

Hvaða svið viltu leggja áherslu á næsta mánuðinn?
_____

Hvaða markmið viltu setja þér? Mundu að hafa þau raunhæf og mælanleg.
_____
_____
_____

dagsetning mánaðarlega

dagsetning   daglega

FLÆÐISKRIF

dagsetning   daglega

Hvernig vil ég hlaða mig í dag?

Líkamlega:
_____

Andlega:
_____

Félagslega:
_____

Verkefni dagsins

- ☐ _____   ☐ _____
- ☐ _____   ☐ _____
- ☐ _____   ☐ _____
- ☐ _____   ☐ _____

Hvernig get ég einfaldað lífið í dag?
_____

Ég er þakklát/ur fyrir

- ☐ _____
- ☐ _____
- ☐ _____

Betri er hnefafylli af ró en báðar hendur
fullar af striti og eftirsókn eftir vindi.
- Salómon konungur

dagsetning   daglega

FLÆÐISKRIF

dagsetning   daglega

Hvernig vil ég hlaða mig í dag?

Líkamlega:
_____

Andlega:
_____

Félagslega:
_____

Verkefni dagsins

☐ _____   ☐ _____
☐ _____   ☐ _____
☐ _____   ☐ _____
☐ _____   ☐ _____

Hvernig get ég einfaldað lífið í dag?
_____

Ég er þakklát/ur fyrir

☐ _____
☐ _____
☐ _____

Frið læt ég yður eftir, minn frið gef ég yður. Ekki gef ég yður eins og heimurinn gefur. Hjarta yðar skelfist ekki né hræðist.
- Jesús Kristur

dagsetning   daglega

FLÆÐISKRIF

dagsetning   daglega

Hvernig vil ég hlaða mig í dag?

Líkamlega:
_____

Andlega:
_____

Félagslega:
_____

Verkefni dagsins

☐ _____   ☐ _____
☐ _____   ☐ _____
☐ _____   ☐ _____
☐ _____   ☐ _____

Hvernig get ég einfaldað lífið í dag?
_____

Ég er þakklát/ur fyrir

☐ _____
☐ _____
☐ _____

Til að lifa einfaldara lífi þarftu að geta sagt já og nei.
– Gunna Stella

dagsetning   daglega

FLÆÐISKRIF

dagsetning daglega

Hvernig vil ég hlaða mig í dag?

Líkamlega:
___

Andlega:
___

Félagslega:
___

Verkefni dagsins

☐ _____   ☐ _____
☐ _____   ☐ _____
☐ _____   ☐ _____
☐ _____   ☐ _____

Hvernig get ég einfaldað lífið í dag?
___

Ég er þakklát/ur fyrir

☐ _____
☐ _____
☐ _____

Hættu að skrolla og farðu út að leika. Það er einfaldara líf.
- Gunna Stella

dagsetning   daglega

FLÆÐISKRIF

dagsetning   daglega

Hvernig vil ég hlaða mig í dag?

Líkamlega:
_____

Andlega:
_____

Félagslega:
_____

Verkefni dagsins

- [ ] _____   - [ ] _____
- [ ] _____   - [ ] _____
- [ ] _____   - [ ] _____
- [ ] _____   - [ ] _____

Hvernig get ég einfaldað lífið í dag?
_____

Ég er þakklát/ur fyrir

- [ ] _____
- [ ] _____
- [ ] _____

Það er meira við lífið en að auka hraðann.
- Mahatma Gandhi

dagsetning					daglega

FLÆÐISKRIF

dagsetning   daglega

Hvernig vil ég hlaða mig í dag?

Líkamlega:
_____

Andlega:
_____

Félagslega:
_____

Verkefni dagsins

☐ _____   ☐ _____
☐ _____   ☐ _____
☐ _____   ☐ _____
☐ _____   ☐ _____

Hvernig get ég einfaldað lífið í dag?
_____

Ég er þakklát/ur fyrir

☐ _____
☐ _____
☐ _____

Kjarkur er ótti sem er búin að fara með bænirnar sínar.
- Höfundur óþekktur

dagsetning   daglega

FLÆÐISKRIF

dagsetning daglega

Hvernig vil ég hlaða mig í dag?

Líkamlega:
_____

Andlega:
_____

Félagslega:
_____

Verkefni dagsins

- ☐ _____
- ☐ _____
- ☐ _____
- ☐ _____

- ☐ _____
- ☐ _____
- ☐ _____
- ☐ _____

Hvernig get ég einfaldað lífið í dag?
_____

Ég er þakklát/ur fyrir

- ☐ _____
- ☐ _____
- ☐ _____

Tilfinningalegt og andlegt heilbrigði er óaðskiljanlegt.
– Peter Scazzero

dagsetning   daglega

FLÆÐISKRIF

dagsetning   daglega

Hvernig vil ég hlaða mig í dag?

Líkamlega:
_____

Andlega:
_____

Félagslega:
_____

Verkefni dagsins

- [ ] _____   - [ ] _____
- [ ] _____   - [ ] _____
- [ ] _____   - [ ] _____
- [ ] _____   - [ ] _____

Hvernig get ég einfaldað lífið í dag?
_____

Ég er þakklát/ur fyrir

- [ ] _____
- [ ] _____
- [ ] _____

**Stoppaðu og hugsaðu um hvað þú ert þakklát/ur fyrir.
Það er einfaldara líf.
- Gunna Stella**

dagsetning   daglega

FLÆÐISKRIF

dagsetning   daglega

Hvernig vil ég hlaða mig í dag?

Líkamlega:
_____

Andlega:
_____

Félagslega:
_____

Verkefni dagsins

- [ ] _____   - [ ] _____
- [ ] _____   - [ ] _____
- [ ] _____   - [ ] _____
- [ ] _____   - [ ] _____

Hvernig get ég einfaldað lífið í dag?
_____

Ég er þakklát/ur fyrir

- [ ] _____
- [ ] _____
- [ ] _____

Vertu í núinu, það er einfaldara líf.
– Gunna Stella

dagsetning					daglega

FLÆÐISKRIF

dagsetning   daglega

Hvernig vil ég hlaða mig í dag?

Líkamlega:
_____

Andlega:
_____

Félagslega:
_____

Verkefni dagsins

☐ _____   ☐ _____
☐ _____   ☐ _____
☐ _____   ☐ _____
☐ _____   ☐ _____

Hvernig get ég einfaldað lífið í dag?
_____

Ég er þakklát/ur fyrir

☐ _____
☐ _____
☐ _____

Andaðu djúpt og slakaðu á í kjálkanum í smástund.
Það er einfaldara líf.
– Gunna Stella

dagsetning   daglega

FLÆÐISKRIF

dagsetning   daglega

Hvernig vil ég hlaða mig í dag?

Líkamlega:
_____

Andlega:
_____

Félagslega:
_____

Verkefni dagsins

- ☐ _____   ☐ _____
- ☐ _____   ☐ _____
- ☐ _____   ☐ _____
- ☐ _____   ☐ _____

Hvernig get ég einfaldað lífið í dag?
_____

Ég er þakklát/ur fyrir

- ☐ _____
- ☐ _____
- ☐ _____

Nýtt boðorð gef ég yður, að þér elskið hver annan. Eins og ég hef elskað yður, skuluð þér einnig elska hver annan.
– Jesús Kristur

dagsetning   daglega

FLÆÐISKRIF

dagsetning   daglega

Hvernig vil ég hlaða mig í dag?

Líkamlega:
_____

Andlega:
_____

Félagslega:
_____

Verkefni dagsins

☐ _____   ☐ _____
☐ _____   ☐ _____
☐ _____   ☐ _____
☐ _____   ☐ _____

Hvernig get ég einfaldað lífið í dag?
_____

Ég er þakklát/ur fyrir

☐ _____
☐ _____
☐ _____

Sýnum umburðarlyndi og verum góð hvert við annað.
Það er einfaldara líf.
- Gunna Stella

dagsetning   daglega

FLÆÐISKRIF

dagsetning   daglega

Hvernig vil ég hlaða mig í dag?

Líkamlega:
_____

Andlega:
_____

Félagslega:
_____

Verkefni dagsins

☐ _____   ☐ _____
☐ _____   ☐ _____
☐ _____   ☐ _____
☐ _____   ☐ _____

Hvernig get ég einfaldað lífið í dag?
_____

Ég er þakklát/ur fyrir

☐ _____
☐ _____
☐ _____

Bros kostar ekkert en getur breytt öllu.
– Unnar Erlingsson

dagsetning   daglega

FLÆÐISKRIF

dagsetning   daglega

Hvernig vil ég hlaða mig í dag?

Líkamlega:
_____

Andlega:
_____

Félagslega:
_____

Verkefni dagsins

☐ _____   ☐ _____
☐ _____   ☐ _____
☐ _____   ☐ _____
☐ _____   ☐ _____

Hvernig get ég einfaldað lífið í dag?
_____

Ég er þakklát/ur fyrir

☐ _____
☐ _____
☐ _____

Leyfðu þér að hlæja upphátt. Það er einfaldara líf.
- Gunna Stella

dagsetning   daglega

FLÆÐISKRIF

dagsetning   daglega

Hvernig vil ég hlaða mig í dag?

Líkamlega:
_____

Andlega:
_____

Félagslega:
_____

Verkefni dagsins

☐ _____   ☐ _____
☐ _____   ☐ _____
☐ _____   ☐ _____
☐ _____   ☐ _____

Hvernig get ég einfaldað lífið í dag?
_____

Ég er þakklát/ur fyrir

☐ _____
☐ _____
☐ _____

Einfaldara líf er að leyfa gleðinni að hafa forgang
og fjarlægja það sem tæmir rafhlöðuna þína.
– Gunna Stella

dagsetning   daglega

FLÆÐISKRIF

dagsetning					daglega

Hvernig vil ég hlaða mig í dag?

Líkamlega:
_____

Andlega:
_____

Félagslega:
_____

Verkefni dagsins

☐ _____	☐ _____
☐ _____	☐ _____
☐ _____	☐ _____
☐ _____	☐ _____

Hvernig get ég einfaldað lífið í dag?
_____

Ég er þakklát/ur fyrir

☐ _____
☐ _____
☐ _____

Byrjum á byrjuninni.
– Al-Anon

dagsetning			daglega

FLÆÐISKRIF

dagsetning   daglega

Hvernig vil ég hlaða mig í dag?

Líkamlega:
_____

Andlega:
_____

Félagslega:
_____

Verkefni dagsins

☐ _____   ☐ _____
☐ _____   ☐ _____
☐ _____   ☐ _____
☐ _____   ☐ _____

Hvernig get ég einfaldað lífið í dag?
_____

Ég er þakklát/ur fyrir

☐ _____
☐ _____
☐ _____

Einfaldara líf er að njóta hvers dags. Tíminn líður svo hratt.
- Gunna Stella

dagsetning   daglega

FLÆÐISKRIF

dagsetning   daglega

Hvernig vil ég hlaða mig í dag?

Líkamlega:
_____

Andlega:
_____

Félagslega:
_____

Verkefni dagsins

☐ _____   ☐ _____
☐ _____   ☐ _____
☐ _____   ☐ _____
☐ _____   ☐ _____

Hvernig get ég einfaldað lífið í dag?
_____

Ég er þakklát/ur fyrir

☐ _____
☐ _____
☐ _____

Öllu er afmörkuð stund og sérhver hlutur
undir himninum hefur sinn tíma.
- Prédikarinn

dagsetning					daglega

FLÆÐISKRIF

dagsetning   daglega

Hvernig vil ég hlaða mig í dag?

Líkamlega:
_____

Andlega:
_____

Félagslega:
_____

Verkefni dagsins

☐ _____   ☐ _____
☐ _____   ☐ _____
☐ _____   ☐ _____
☐ _____   ☐ _____

Hvernig get ég einfaldað lífið í dag?
_____

Ég er þakklát/ur fyrir

☐ _____
☐ _____
☐ _____

Elskaðu náungann, eins og sjálfan þig!
– Jesús Kristur

dagsetning   daglega

FLÆÐISKRIF

dagsetning   daglega

Hvernig vil ég hlaða mig í dag?

Líkamlega:
_____

Andlega:
_____

Félagslega:
_____

Verkefni dagsins

☐ _____   ☐ _____
☐ _____   ☐ _____
☐ _____   ☐ _____
☐ _____   ☐ _____

Hvernig get ég einfaldað lífið í dag?
_____

Ég er þakklát/ur fyrir

☐ _____
☐ _____
☐ _____

Einfaldara líf er að njóta, ekki þjóta.
– Gunna Stella

dagsetning　　　　　　daglega

FLÆÐISKRIF

dagsetning   daglega

Hvernig vil ég hlaða mig í dag?

Líkamlega:
_____

Andlega:
_____

Félagslega:
_____

Verkefni dagsins

☐ _____   ☐ _____
☐ _____   ☐ _____
☐ _____   ☐ _____
☐ _____   ☐ _____

Hvernig get ég einfaldað lífið í dag?
_____

Ég er þakklát/ur fyrir

☐ _____
☐ _____
☐ _____

Sættu þig við það sem er, slepptu því sem var
og hafðu trú fyrir því sem framundan er.
– Unnar Erlingsson

dagsetning   daglega

FLÆÐISKRIF

dagsetning   daglega

Hvernig vil ég hlaða mig í dag?

Líkamlega:
_____

Andlega:
_____

Félagslega:
_____

Verkefni dagsins

☐ _____   ☐ _____
☐ _____   ☐ _____
☐ _____   ☐ _____
☐ _____   ☐ _____

Hvernig get ég einfaldað lífið í dag?
_____

Ég er þakklát/ur fyrir

☐ _____
☐ _____
☐ _____

Búðu um rúmið þitt á morgnana. Það er einfaldara líf.
– Gunna Stella

dagsetning   daglega

FLÆÐISKRIF

dagsetning   daglega

Hvernig vil ég hlaða mig í dag?

Líkamlega:
_____

Andlega:
_____

Félagslega:
_____

Verkefni dagsins

☐ _____   ☐ _____
☐ _____   ☐ _____
☐ _____   ☐ _____
☐ _____   ☐ _____

Hvernig get ég einfaldað lífið í dag?
_____

Ég er þakklát/ur fyrir

☐ _____
☐ _____
☐ _____

Draumar fæðast allt of stórir svo maður geti vaxið inn í þá.
- Josie Bisset

dagsetning   daglega

FLÆÐISKRIF

dagsetning   daglega

Hvernig vil ég hlaða mig í dag?

Líkamlega:
_____

Andlega:
_____

Félagslega:
_____

Verkefni dagsins

☐ _____   ☐ _____
☐ _____   ☐ _____
☐ _____   ☐ _____
☐ _____   ☐ _____

Hvernig get ég einfaldað lífið í dag?
_____

Ég er þakklát/ur fyrir

☐ _____
☐ _____
☐ _____

**Stundaðu hreyfingu sem þú elskar. Það er einfaldara líf.
– Gunna Stella**

dagsetning   daglega

FLÆÐISKRIF

dagsetning　　　　　　　daglega

Hvernig vil ég hlaða mig í dag?

Líkamlega:
_____

Andlega:
_____

Félagslega:
_____

Verkefni dagsins

☐ _____　　☐ _____
☐ _____　　☐ _____
☐ _____　　☐ _____
☐ _____　　☐ _____

Hvernig get ég einfaldað lífið í dag?
_____

Ég er þakklát/ur fyrir

☐ _____
☐ _____
☐ _____

Einfaldara líf snýst um að láta það sem skiptir okkur mestu máli hafa forgang en fjarlægja úr lífi okkar það sem vinnur gegn því.
– Gunna Stella

dagsetning	daglega

FLÆÐISKRIF

dagsetning						daglega

Hvernig vil ég hlaða mig í dag?

Líkamlega:
_____

Andlega:
_____

Félagslega:
_____

Verkefni dagsins

☐ _____   ☐ _____
☐ _____   ☐ _____
☐ _____   ☐ _____
☐ _____   ☐ _____

Hvernig get ég einfaldað lífið í dag?
_____

Ég er þakklát/ur fyrir

☐ _____
☐ _____
☐ _____

Gefðu þér tíma, það er einfaldara líf.
– Gunna Stella

dagsetning	daglega

FLÆÐISKRIF

dagsetning   daglega

Hvernig vil ég hlaða mig í dag?

Líkamlega:
_____

Andlega:
_____

Félagslega:
_____

Verkefni dagsins

☐ _____   ☐ _____
☐ _____   ☐ _____
☐ _____   ☐ _____
☐ _____   ☐ _____

Hvernig get ég einfaldað lífið í dag?
_____

Ég er þakklát/ur fyrir

☐ _____
☐ _____
☐ _____

Lifðu og leyfðu öðrum að lifa.
– Al-Anon

dagsetning   daglega

FLÆÐISKRIF

dagsetning   daglega

Hvernig vil ég hlaða mig í dag?

Líkamlega:
_____

Andlega:
_____

Félagslega:
_____

Verkefni dagsins

☐ _____ ☐ _____
☐ _____ ☐ _____
☐ _____ ☐ _____
☐ _____ ☐ _____

Hvernig get ég einfaldað lífið í dag?
_____

Ég er þakklát/ur fyrir

☐ _____
☐ _____
☐ _____

Vertu góð/ur við sjálfa/n þig. Það er einfaldara líf.
– Gunna Stella

dagsetning   mánaðarlega

LÍFSHJÓLIÐ

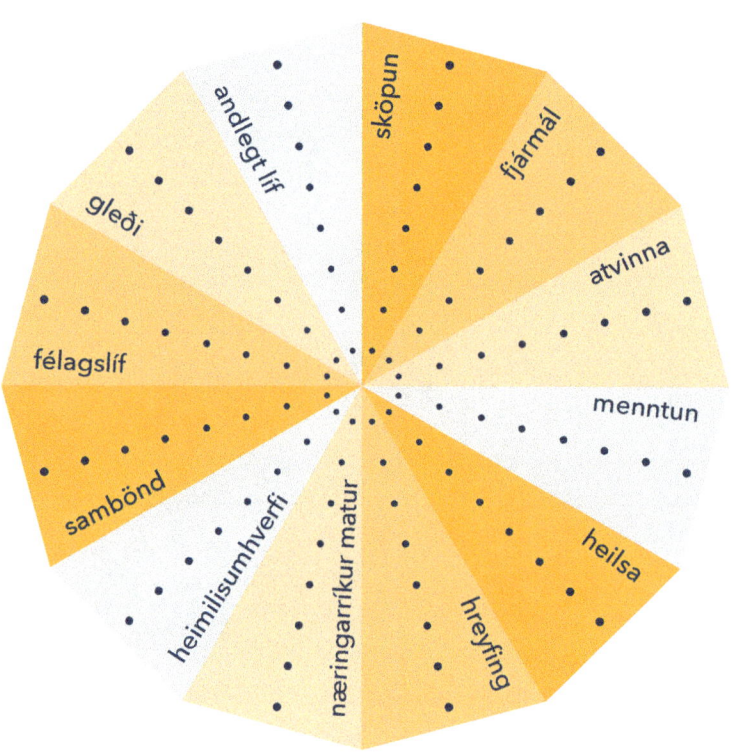

Hvað skorar hæst?
_____

Hvað skorar lægst?
_____

Hvaða svið viltu leggja áherslu á næsta mánuðinn?
_____

Hvaða markmið viltu setja þér? Mundu að hafa þau raunhæf og mælanleg.
_____
_____
_____

dagsetning mánaðarlega

dagsetning					daglega

FLÆÐISKRIF

dagsetning   daglega

Hvernig vil ég hlaða mig í dag?

Líkamlega:
_____

Andlega:
_____

Félagslega:
_____

Verkefni dagsins

- [ ] _____ - [ ] _____
- [ ] _____ - [ ] _____
- [ ] _____ - [ ] _____
- [ ] _____ - [ ] _____

Hvernig get ég einfaldað lífið í dag?
_____

Ég er þakklát/ur fyrir

- [ ] _____
- [ ] _____
- [ ] _____

Sofðu nóg, það er einfaldara líf.
– Gunna Stella

dagsetning   daglega

FLÆÐISKRIF

dagsetning   daglega

Hvernig vil ég hlaða mig í dag?

Líkamlega:
_____

Andlega:
_____

Félagslega:
_____

Verkefni dagsins

- [ ] _____   - [ ] _____
- [ ] _____   - [ ] _____
- [ ] _____   - [ ] _____
- [ ] _____   - [ ] _____

Hvernig get ég einfaldað lífið í dag?
_____

Ég er þakklát/ur fyrir

- [ ] _____
- [ ] _____
- [ ] _____

Hafðu lítið af hlutum á eldhúsbekknum, það er einfaldara líf.
– Gunna Stella

dagsetning   daglega

FLÆÐISKRIF

dagsetning					daglega

Hvernig vil ég hlaða mig í dag?

Líkamlega:
_____

Andlega:
_____

Félagslega:
_____

Verkefni dagsins

☐ _____   ☐ _____
☐ _____   ☐ _____
☐ _____   ☐ _____
☐ _____   ☐ _____

Hvernig get ég einfaldað lífið í dag?
_____

Ég er þakklát/ur fyrir

☐ _____
☐ _____
☐ _____

Hlustaðu á líkamann, það er einfaldara líf.
– Gunna Stella

dagsetning   daglega

FLÆÐISKRIF

dagsetning   daglega

Hvernig vil ég hlaða mig í dag?

Líkamlega:
_____

Andlega:
_____

Félagslega:
_____

Verkefni dagsins

- ☐ _____ ☐ _____
- ☐ _____ ☐ _____
- ☐ _____ ☐ _____
- ☐ _____ ☐ _____

Hvernig get ég einfaldað lífið í dag?
_____

Ég er þakklát/ur fyrir

- ☐ _____
- ☐ _____
- ☐ _____

Eitt andartak í einu.
– Al-Anon

dagsetning   daglega

FLÆÐISKRIF

dagsetning   daglega

Hvernig vil ég hlaða mig í dag?

Líkamlega:
_____

Andlega:
_____

Félagslega:
_____

Verkefni dagsins

☐ _____   ☐ _____
☐ _____   ☐ _____
☐ _____   ☐ _____
☐ _____   ☐ _____

Hvernig get ég einfaldað lífið í dag?
_____

Ég er þakklát/ur fyrir

☐ _____
☐ _____
☐ _____

Hættu að flýta þér. Það er einfaldara líf.
- Gunna Stella

dagsetning　　　daglega

FLÆÐISKRIF

dagsetning   daglega

Hvernig vil ég hlaða mig í dag?

Líkamlega:
_____

Andlega:
_____

Félagslega:
_____

Verkefni dagsins

☐ _____   ☐ _____
☐ _____   ☐ _____
☐ _____   ☐ _____
☐ _____   ☐ _____

Hvernig get ég einfaldað lífið í dag?
_____

Ég er þakklát/ur fyrir

☐ _____
☐ _____
☐ _____

Látið fæðuna vera lyf ykkar og lyf ykkar vera fæðuna.
- Hippókrates

dagsetning   daglega

FLÆÐISKRIF

dagsetning   daglega

Hvernig vil ég hlaða mig í dag?

Líkamlega:
_____

Andlega:
_____

Félagslega:
_____

Verkefni dagsins

☐ _____   ☐ _____
☐ _____   ☐ _____
☐ _____   ☐ _____
☐ _____   ☐ _____

Hvernig get ég einfaldað lífið í dag?
_____

Ég er þakklát/ur fyrir

☐ _____
☐ _____
☐ _____

**Passaðu upp á hleðsluna, það er einfaldara líf.
– Gunna Stella**

dagsetning   daglega

FLÆÐISKRIF

dagsetning   daglega

Hvernig vil ég hlaða mig í dag?

Líkamlega:
_____

Andlega:
_____

Félagslega:
_____

Verkefni dagsins

☐ _____   ☐ _____
☐ _____   ☐ _____
☐ _____   ☐ _____
☐ _____   ☐ _____

Hvernig get ég einfaldað lífið í dag?
_____

Ég er þakklát/ur fyrir

☐ _____
☐ _____
☐ _____

Lífið er dans, ekki keppni.
– Unnar Erlingsson

dagsetning   daglega

FLÆÐISKRIF

dagsetning   daglega

Hvernig vil ég hlaða mig í dag?

Líkamlega:
_____

Andlega:
_____

Félagslega:
_____

Verkefni dagsins

- ☐ _____   ☐ _____
- ☐ _____   ☐ _____
- ☐ _____   ☐ _____
- ☐ _____   ☐ _____

Hvernig get ég einfaldað lífið í dag?
_____

Ég er þakklát/ur fyrir

- ☐ _____
- ☐ _____
- ☐ _____

Slepptu tökunum og leyfðu Guði.
– Al-Anon

dagsetning   daglega

FLÆÐISKRIF

dagsetning　　　　　　daglega

Hvernig vil ég hlaða mig í dag?

Líkamlega:
_____

Andlega:
_____

Félagslega:
_____

Verkefni dagsins

☐ _____　☐ _____
☐ _____　☐ _____
☐ _____　☐ _____
☐ _____

Hvernig get ég einfaldað lífið í dag?
_____

Ég er þakklát/ur fyrir

☐ _____
☐ _____
☐ _____

Farðu vel með tíma þinn, það er einfaldara líf.
– Gunna Stella

dagsetning   daglega

FLÆÐISKRIF

dagsetning   daglega

Hvernig vil ég hlaða mig í dag?

Líkamlega:
_____

Andlega:
_____

Félagslega:
_____

Verkefni dagsins

☐ _____   ☐ _____
☐ _____   ☐ _____
☐ _____   ☐ _____
☐ _____   ☐ _____

Hvernig get ég einfaldað lífið í dag?
_____

Ég er þakklát/ur fyrir

☐ _____
☐ _____
☐ _____

Ekki kaupa eitthvað, af því bara! Það er einfaldara líf.
– Gunna Stella

dagsetning   daglega

FLÆÐISKRIF

dagsetning daglega

Hvernig vil ég hlaða mig í dag?

Líkamlega:
_____

Andlega:
_____

Félagslega:
_____

Verkefni dagsins

☐ _____   ☐ _____
☐ _____   ☐ _____
☐ _____   ☐ _____
☐ _____   ☐ _____

Hvernig get ég einfaldað lífið í dag?
_____

Ég er þakklát/ur fyrir

☐ _____
☐ _____
☐ _____

Góðir hlutir gerast hægt.
– Al-Anon

dagsetning   daglega

FLÆÐISKRIF

dagsetning	daglega

Hvernig vil ég hlaða mig í dag?

Líkamlega:
_____

Andlega:
_____

Félagslega:
_____

Verkefni dagsins

☐ _____	☐ _____
☐ _____	☐ _____
☐ _____	☐ _____
☐ _____	☐ _____

Hvernig get ég einfaldað lífið í dag?
_____

Ég er þakklát/ur fyrir

☐ _____
☐ _____
☐ _____

Þú þarft ekki meira pláss. Þú þarft minna af dóti.
– Joshua Becker

dagsetning   daglega

FLÆÐISKRIF

dagsetning					daglega

Hvernig vil ég hlaða mig í dag?
Líkamlega:
_____

Andlega:
_____

Félagslega:
_____

Verkefni dagsins

☐ _____	☐ _____
☐ _____	☐ _____
☐ _____	☐ _____
☐ _____	☐ _____

Hvernig get ég einfaldað lífið í dag?
_____

Ég er þakklát/ur fyrir

☐ _____
☐ _____
☐ _____

*Ákvarðanirnar sem þú tekur í dag munu ákvarða
söguna sem þú segir á morgun.
- Craig Groeshel*

dagsetning   daglega

FLÆÐISKRIF

dagsetning			daglega

Hvernig vil ég hlaða mig í dag?

Líkamlega:
_____

Andlega:
_____

Félagslega:
_____

Verkefni dagsins

☐ _____	☐ _____
☐ _____	☐ _____
☐ _____	☐ _____
☐ _____	☐ _____

Hvernig get ég einfaldað lífið í dag?
_____

Ég er þakklát/ur fyrir

☐ _____
☐ _____
☐ _____

Hugsaðu og framkvæmdu svo. Það er einfaldara líf.
– Gunna Stella

dagsetning   daglega

FLÆÐISKRIF

dagsetning   daglega

Hvernig vil ég hlaða mig í dag?

Líkamlega:
_____

Andlega:
_____

Félagslega:
_____

Verkefni dagsins

☐ _____   ☐ _____
☐ _____   ☐ _____
☐ _____   ☐ _____
☐ _____   ☐ _____

Hvernig get ég einfaldað lífið í dag?
_____

Ég er þakklát/ur fyrir

☐ _____
☐ _____
☐ _____

Hlustaðu og lærðu.
- Höfundur óþekktur

dagsetning   daglega

FLÆÐISKRIF

dagsetning					daglega

Hvernig vil ég hlaða mig í dag?

Líkamlega:
_____

Andlega:
_____

Félagslega:
_____

Verkefni dagsins

- ☐ _____
- ☐ _____
- ☐ _____
- ☐ _____

- ☐ _____
- ☐ _____
- ☐ _____
- ☐ _____

Hvernig get ég einfaldað lífið í dag?
_____

Ég er þakklát/ur fyrir

- ☐ _____
- ☐ _____
- ☐ _____

En vér vitum, að þeim, sem Guð elska, samverkar allt til góðs.
– Rómverjabréfið

dagsetning   daglega

FLÆÐISKRIF

dagsetning   daglega

Hvernig vil ég hlaða mig í dag?

Líkamlega:
_____

Andlega:
_____

Félagslega:
_____

Verkefni dagsins

☐ _____   ☐ _____
☐ _____   ☐ _____
☐ _____   ☐ _____
☐ _____   ☐ _____

Hvernig get ég einfaldað lífið í dag?
_____

Ég er þakklát/ur fyrir

☐ _____
☐ _____
☐ _____

Sýndu kærleika í orði og verki. Það er einfaldara líf.
– Gunna Stella

dagsetning   daglega

FLÆÐISKRIF

dagsetning	daglega

Hvernig vil ég hlaða mig í dag?

Líkamlega:
_____

Andlega:
_____

Félagslega:
_____

Verkefni dagsins

- [ ] _____
- [ ] _____
- [ ] _____
- [ ] _____

- [ ] _____
- [ ] _____
- [ ] _____
- [ ] _____

Hvernig get ég einfaldað lífið í dag?
_____

Ég er þakklát/ur fyrir

- [ ] _____
- [ ] _____
- [ ] _____

Að eiga minna er betra en að skipuleggja meira.
– Joshua Becker

dagsetning					daglega

FLÆÐISKRIF

dagsetning   daglega

Hvernig vil ég hlaða mig í dag?

Líkamlega:
_____

Andlega:
_____

Félagslega:
_____

Verkefni dagsins

- [ ] _____
- [ ] _____
- [ ] _____
- [ ] _____

- [ ] _____
- [ ] _____
- [ ] _____
- [ ] _____

Hvernig get ég einfaldað lífið í dag?
_____

Ég er þakklát/ur fyrir

- [ ] _____
- [ ] _____
- [ ] _____

Saman erum við bæði betri og sterkari.
– Unnar Erlingsson

dagsetning   daglega

FLÆÐISKRIF

dagsetning   daglega

Hvernig vil ég hlaða mig í dag?

Líkamlega:
_____

Andlega:
_____

Félagslega:
_____

Verkefni dagsins

☐ _____   ☐ _____
☐ _____   ☐ _____
☐ _____   ☐ _____
☐ _____   ☐ _____

Hvernig get ég einfaldað lífið í dag?
_____

Ég er þakklát/ur fyrir

☐ _____
☐ _____
☐ _____

Það er eðlilegt að gera mistök. Þú lærir af þeim.
– Gunna Stella

dagsetning   daglega

FLÆÐISKRIF

dagsetning   daglega

Hvernig vil ég hlaða mig í dag?

Líkamlega:
_____

Andlega:
_____

Félagslega:
_____

Verkefni dagsins

☐ _____   ☐ _____
☐ _____   ☐ _____
☐ _____   ☐ _____
☐ _____   ☐ _____

Hvernig get ég einfaldað lífið í dag?
_____

Ég er þakklát/ur fyrir

☐ _____
☐ _____
☐ _____

Sagt er að hamingjan komi innan frá og út. Leyfðu henni að koma út því það er einfaldara líf.
– Gunna Stella

dagsetning   daglega

FLÆÐISKRIF

dagsetning   daglega

Hvernig vil ég hlaða mig í dag?

Líkamlega:
_____

Andlega:
_____

Félagslega:
_____

Verkefni dagsins

☐ _____   ☐ _____
☐ _____   ☐ _____
☐ _____   ☐ _____
☐ _____   ☐ _____

Hvernig get ég einfaldað lífið í dag?
_____

Ég er þakklát/ur fyrir

☐ _____
☐ _____
☐ _____

Byrjaðu á að gera það sem er nauðsynlegt, síðan það sem
er mögulegt og allt í einu getur gert hið ómögulega.
– St. Francis of Assisi

dagsetning   daglega

FLÆÐISKRIF

dagsetning   daglega

Hvernig vil ég hlaða mig í dag?

Líkamlega:
_____

Andlega:
_____

Félagslega:
_____

Verkefni dagsins

☐ _____   ☐ _____
☐ _____   ☐ _____
☐ _____   ☐ _____
☐ _____   ☐ _____

Hvernig get ég einfaldað lífið í dag?
_____

Ég er þakklát/ur fyrir

☐ _____
☐ _____
☐ _____

Þú þarft ekki að stjórna öllu. Slepptu bara tökunum.
– Gunna Stella

dagsetning   daglega

FLÆÐISKRIF

dagsetning   daglega

Hvernig vil ég hlaða mig í dag?

Líkamlega:
_____

Andlega:
_____

Félagslega:
_____

Verkefni dagsins

☐ _____   ☐ _____
☐ _____   ☐ _____
☐ _____   ☐ _____
☐ _____   ☐ _____

Hvernig get ég einfaldað lífið í dag?
_____

Ég er þakklát/ur fyrir

☐ _____
☐ _____
☐ _____

Þar sem þú finnur kærleika, finnur þú líf.
– Mahatma Gandhi

dagsetning   daglega

FLÆÐISKRIF

dagsetning   daglega

Hvernig vil ég hlaða mig í dag?

Líkamlega:
_____

Andlega:
_____

Félagslega:
_____

Verkefni dagsins

- ☐ _____   ☐ _____
- ☐ _____   ☐ _____
- ☐ _____   ☐ _____
- ☐ _____   ☐ _____

Hvernig get ég einfaldað lífið í dag?
_____

Ég er þakklát/ur fyrir

- ☐ _____
- ☐ _____
- ☐ _____

Það hafa aldrei verið, né eru til, of margar góðar bækur.
- Martin Luther

dagsetning   daglega

FLÆÐISKRIF

dagsetning   daglega

Hvernig vil ég hlaða mig í dag?

Líkamlega:
_____

Andlega:
_____

Félagslega:
_____

Verkefni dagsins

☐ _____   ☐ _____
☐ _____   ☐ _____
☐ _____   ☐ _____
☐ _____   ☐ _____

Hvernig get ég einfaldað lífið í dag?
_____

Ég er þakklát/ur fyrir

☐ _____
☐ _____
☐ _____

Taktu þér pásu reglulega, það er einfaldara líf.
– Gunna Stella

dagsetning					daglega

FLÆÐISKRIF

dagsetning   daglega

Hvernig vil ég hlaða mig í dag?

Líkamlega:
_____

Andlega:
_____

Félagslega:
_____

Verkefni dagsins

☐ _____   ☐ _____
☐ _____   ☐ _____
☐ _____   ☐ _____
☐ _____   ☐ _____

Hvernig get ég einfaldað lífið í dag?
_____

Ég er þakklát/ur fyrir

☐ _____
☐ _____
☐ _____

Brostu framan í spegilinn með galopin augu.
– Gunna Stella

dagsetning mánaðarlega

LÍFSHJÓLIÐ

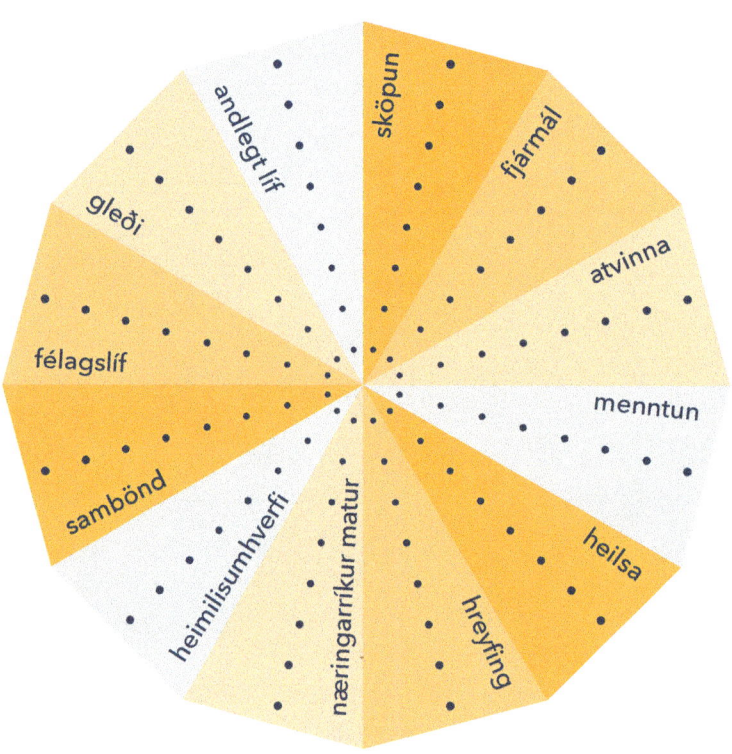

Hvað skorar hæst?
_____

Hvað skorar lægst?
_____

Hvaða svið viltu leggja áherslu á næsta mánuðinn?
_____

Hvaða markmið viltu setja þér? Mundu að hafa þau raunhæf og mælanleg.
_____
_____
_____

dagsetning   mánaðarlega

dagsetning   daglega

FLÆÐISKRIF

dagsetning   daglega

Hvernig vil ég hlaða mig í dag?

Líkamlega:
_____

Andlega:
_____

Félagslega:
_____

Verkefni dagsins

☐ _____   ☐ _____
☐ _____   ☐ _____
☐ _____   ☐ _____
☐ _____   ☐ _____

Hvernig get ég einfaldað lífið í dag?
_____

Ég er þakklát/ur fyrir

☐ _____
☐ _____
☐ _____

Hugsaðu jákvætt, það er ekki alltaf létt
en það er hægt. Eina stund í einu.
- Gunna Stella

dagsetning   daglega

FLÆÐISKRIF

dagsetning   daglega

Hvernig vil ég hlaða mig í dag?

Líkamlega:
_____

Andlega:
_____

Félagslega:
_____

Verkefni dagsins

☐ _____   ☐ _____
☐ _____   ☐ _____
☐ _____   ☐ _____
☐ _____   ☐ _____

Hvernig get ég einfaldað lífið í dag?
_____

Ég er þakklát/ur fyrir

☐ _____
☐ _____
☐ _____

Það sem þú veist er ekkert miðað við það sem þú gerir
– Unnar Erlingsson

dagsetning   daglega

FLÆÐISKRIF

dagsetning   daglega

Hvernig vil ég hlaða mig í dag?

Líkamlega:
_____

Andlega:
_____

Félagslega:
_____

Verkefni dagsins

☐ _____   ☐ _____
☐ _____   ☐ _____
☐ _____   ☐ _____
☐ _____   ☐ _____

Hvernig get ég einfaldað lífið í dag?
_____

Ég er þakklát/ur fyrir

☐ _____
☐ _____
☐ _____

Ekki eyða tímanum í að flækja líf þitt. Nýttu hann í að einfalda það.
– Gunna Stella

dagsetning   daglega

FLÆÐISKRIF

dagsetning   daglega

Hvernig vil ég hlaða mig í dag?

Líkamlega:
_____

Andlega:
_____

Félagslega:
_____

Verkefni dagsins

☐ _____   ☐ _____
☐ _____   ☐ _____
☐ _____   ☐ _____
☐ _____   ☐ _____

Hvernig get ég einfaldað lífið í dag?
_____

Ég er þakklát/ur fyrir

☐ _____
☐ _____
☐ _____

Biðjið, og yður mun gefast, leitið, og þér munuð finna,
knýið á, og fyrir yður mun upp lokið verða.
– Jesús Kristur

dagsetning   daglega

FLÆÐISKRIF

dagsetning daglega

Hvernig vil ég hlaða mig í dag?

Líkamlega:
_____

Andlega:
_____

Félagslega:
_____

Verkefni dagsins

- ☐ _____   ☐ _____
- ☐ _____   ☐ _____
- ☐ _____   ☐ _____
- ☐ _____   ☐ _____

Hvernig get ég einfaldað lífið í dag?
_____

Ég er þakklát/ur fyrir

- ☐ _____
- ☐ _____
- ☐ _____

Haltu áfram að læra svo lengi sem þú lifir.
- Höfundur óþekktur

dagsetning			daglega

FLÆÐISKRIF

dagsetning   daglega

Hvernig vil ég hlaða mig í dag?

Líkamlega:
_____

Andlega:
_____

Félagslega:
_____

Verkefni dagsins

☐ _____   ☐ _____
☐ _____   ☐ _____
☐ _____   ☐ _____
☐ _____   ☐ _____

Hvernig get ég einfaldað lífið í dag?
_____

Ég er þakklát/ur fyrir

☐ _____
☐ _____
☐ _____

Gleymdu þér í smástund. Það er einfaldara líf.
– Gunna Stella

dagsetning   daglega

FLÆÐISKRIF

dagsetning   daglega

Hvernig vil ég hlaða mig í dag?

Líkamlega:
_____

Andlega:
_____

Félagslega:
_____

Verkefni dagsins

☐ _____   ☐ _____
☐ _____   ☐ _____
☐ _____   ☐ _____
☐ _____   ☐ _____

Hvernig get ég einfaldað lífið í dag?
_____

Ég er þakklát/ur fyrir

☐ _____
☐ _____
☐ _____

Andaðu inn á fimm, haltu inni andanum í fimm
og andaðu út á fimm. Það er einfaldara líf.
– Gunna Stella

dagsetning   daglega

FLÆÐISKRIF

dagsetning   daglega

Hvernig vil ég hlaða mig í dag?

Líkamlega:
_____

Andlega:
_____

Félagslega:
_____

Verkefni dagsins

☐ _____   ☐ _____
☐ _____   ☐ _____
☐ _____   ☐ _____
☐ _____   ☐ _____

Hvernig get ég einfaldað lífið í dag?
_____

Ég er þakklát/ur fyrir

☐ _____
☐ _____
☐ _____

Fortíð þín jafngildir ekki framtíð þinni.
- Tony Robbins

dagsetning   daglega

FLÆÐISKRIF

dagsetning   daglega

Hvernig vil ég hlaða mig í dag?

Líkamlega:
_____

Andlega:
_____

Félagslega:
_____

Verkefni dagsins

☐ _____   ☐ _____
☐ _____   ☐ _____
☐ _____   ☐ _____
☐ _____   ☐ _____

Hvernig get ég einfaldað lífið í dag?
_____

Ég er þakklát/ur fyrir

☐ _____
☐ _____
☐ _____

Njóttu náttúrunnar. Það er einfaldara líf.
– Gunna Stella

dagsetning   daglega

FLÆÐISKRIF

dagsetning   daglega

Hvernig vil ég hlaða mig í dag?

Líkamlega:
_____

Andlega:
_____

Félagslega:
_____

Verkefni dagsins

- ☐ _____   ☐ _____
- ☐ _____   ☐ _____
- ☐ _____   ☐ _____
- ☐ _____   ☐ _____

Hvernig get ég einfaldað lífið í dag?
_____

Ég er þakklát/ur fyrir

- ☐ _____
- ☐ _____
- ☐ _____

Stoppaðu og taktu eftir því sem er í kringum þig.
- Gunna Stella

dagsetning   daglega

FLÆÐISKRIF

dagsetning   daglega

Hvernig vil ég hlaða mig í dag?

Líkamlega:
_____

Andlega:
_____

Félagslega:
_____

Verkefni dagsins

☐ _____   ☐ _____
☐ _____   ☐ _____
☐ _____   ☐ _____
☐ _____   ☐ _____

Hvernig get ég einfaldað lífið í dag?
_____

Ég er þakklát/ur fyrir

☐ _____
☐ _____
☐ _____

Hafðu það einfalt.
– Al-Anon

dagsetning   daglega

FLÆÐISKRIF

dagsetning					daglega

Hvernig vil ég hlaða mig í dag?

Líkamlega:
_____

Andlega:
_____

Félagslega:
_____

Verkefni dagsins

☐ _____	☐ _____
☐ _____	☐ _____
☐ _____	☐ _____
☐ _____	☐ _____

Hvernig get ég einfaldað lífið í dag?
_____

Ég er þakklát/ur fyrir

☐ _____
☐ _____
☐ _____

Sofðu rótt, það er einfaldara líf.
– Gunna Stella

dagsetning   daglega

FLÆÐISKRIF

dagsetning   daglega

Hvernig vil ég hlaða mig í dag?

Líkamlega:
_____

Andlega:
_____

Félagslega:
_____

Verkefni dagsins

- ☐ _____   ☐ _____
- ☐ _____   ☐ _____
- ☐ _____   ☐ _____
- ☐ _____   ☐ _____

Hvernig get ég einfaldað lífið í dag?
_____

Ég er þakklát/ur fyrir

- ☐ _____
- ☐ _____
- ☐ _____

*Sættu þig við fortíðina og leggðu þig
fram í dag þá birtir yfir framtíðinni.
- Unnar Erlingsson*

dagsetning   daglega

FLÆÐISKRIF

dagsetning					daglega

Hvernig vil ég hlaða mig í dag?

Líkamlega:
_____

Andlega:
_____

Félagslega:
_____

Verkefni dagsins

☐ _____   ☐ _____
☐ _____   ☐ _____
☐ _____   ☐ _____
☐ _____   ☐ _____

Hvernig get ég einfaldað lífið í dag?
_____

Ég er þakklát/ur fyrir

☐ _____
☐ _____
☐ _____

Leiktu, hoppaðu, dansaðu, hlauptu. Það er einfaldara líf.
- Gunna Stella

dagsetning   daglega

FLÆÐISKRIF

dagsetning   daglega

Hvernig vil ég hlaða mig í dag?

Líkamlega:
_____

Andlega:
_____

Félagslega:
_____

Verkefni dagsins

- ☐ _____   ☐ _____
- ☐ _____   ☐ _____
- ☐ _____   ☐ _____
- ☐ _____   ☐ _____

Hvernig get ég einfaldað lífið í dag?
_____

Ég er þakklát/ur fyrir

- ☐ _____
- ☐ _____
- ☐ _____

Ef þú ert ekki sáttur í dag er ekkert sem þú
getur keypt á morgun til að breyta því.
- Joshua Becker

dagsetning   daglega

FLÆÐISKRIF

dagsetning   daglega

Hvernig vil ég hlaða mig í dag?

Líkamlega:
_____

Andlega:
_____

Félagslega:
_____

Verkefni dagsins

☐ _____   ☐ _____
☐ _____   ☐ _____
☐ _____   ☐ _____
☐ _____   ☐ _____

Hvernig get ég einfaldað lífið í dag?
_____

Ég er þakklát/ur fyrir

☐ _____
☐ _____
☐ _____

Ekki gefast upp.
- Unnar Erlingsson

dagsetning   daglega

FLÆÐISKRIF

dagsetning   daglega

Hvernig vil ég hlaða mig í dag?

Líkamlega:
_____

Andlega:
_____

Félagslega:
_____

Verkefni dagsins

☐ _____   ☐ _____
☐ _____   ☐ _____
☐ _____   ☐ _____
☐ _____   ☐ _____

Hvernig get ég einfaldað lífið í dag?
_____

Ég er þakklát/ur fyrir

☐ _____
☐ _____
☐ _____

Vertu nægjusamur. Það er einfaldara líf
- Gunna Stella

dagsetning   daglega

FLÆÐISKRIF

dagsetning   daglega

Hvernig vil ég hlaða mig í dag?

Líkamlega:
_____

Andlega:
_____

Félagslega:
_____

Verkefni dagsins

- ☐ _____   ☐ _____
- ☐ _____   ☐ _____
- ☐ _____   ☐ _____
- ☐ _____   ☐ _____

Hvernig get ég einfaldað lífið í dag?
_____

Ég er þakklát/ur fyrir

- ☐ _____
- ☐ _____
- ☐ _____

Haltu áfram að gera það sem þú veist innst inni að þú átt að gera.
- Unnar Erlingsson

dagsetning   daglega

FLÆÐISKRIF

dagsetning   daglega

Hvernig vil ég hlaða mig í dag?

Líkamlega:
_____

Andlega:
_____

Félagslega:
_____

Verkefni dagsins

☐ _____   ☐ _____
☐ _____   ☐ _____
☐ _____   ☐ _____
☐ _____   ☐ _____

Hvernig get ég einfaldað lífið í dag?
_____

Ég er þakklát/ur fyrir

☐ _____
☐ _____
☐ _____

Prófaðu eitthvað nýtt. Það er einfaldara líf.
– Gunna Stella

dagsetning   daglega

FLÆÐISKRIF

dagsetning			daglega

Hvernig vil ég hlaða mig í dag?

Líkamlega:
_____

Andlega:
_____

Félagslega:
_____

Verkefni dagsins

☐ _____   ☐ _____
☐ _____   ☐ _____
☐ _____   ☐ _____
☐ _____   ☐ _____

Hvernig get ég einfaldað lífið í dag?
_____

Ég er þakklát/ur fyrir

☐ _____
☐ _____
☐ _____

Bros kostar ekkert, en getur breytt öllu.
– Unnar Erlingsson

dagsetning   daglega

FLÆÐISKRIF

dagsetning daglega

Hvernig vil ég hlaða mig í dag?

Líkamlega:
_____

Andlega:
_____

Félagslega:
_____

Verkefni dagsins

☐ _____ ☐ _____
☐ _____ ☐ _____
☐ _____ ☐ _____
☐ _____ ☐ _____

Hvernig get ég einfaldað lífið í dag?
_____

Ég er þakklát/ur fyrir

☐ _____
☐ _____
☐ _____

Einn dagur í einu.
– Al-Anon

dagsetning   daglega

FLÆÐISKRIF

dagsetning   daglega

Hvernig vil ég hlaða mig í dag?

Líkamlega:
_____

Andlega:
_____

Félagslega:
_____

Verkefni dagsins

☐ _____   ☐ _____
☐ _____   ☐ _____
☐ _____   ☐ _____
☐ _____   ☐ _____

Hvernig get ég einfaldað lífið í dag?
_____

Ég er þakklát/ur fyrir

☐ _____
☐ _____
☐ _____

Gerðu alltaf það sem er rétt. Líka þegar þú veist að enginn er að fylgjast með.
- Unnar Erlingsson

dagsetning   daglega

FLÆÐISKRIF

dagsetning   daglega

Hvernig vil ég hlaða mig í dag?

Líkamlega:
_____

Andlega:
_____

Félagslega:
_____

Verkefni dagsins

☐ _____   ☐ _____
☐ _____   ☐ _____
☐ _____   ☐ _____
☐ _____   ☐ _____

Hvernig get ég einfaldað lífið í dag?
_____

Ég er þakklát/ur fyrir

☐ _____
☐ _____
☐ _____

Árangur = hamingja + stöðug framför.
- Joshua Milesburn

dagsetning   daglega

FLÆÐISKRIF

dagsetning   daglega

Hvernig vil ég hlaða mig í dag?

Líkamlega:
_____

Andlega:
_____

Félagslega:
_____

Verkefni dagsins

☐ _____   ☐ _____
☐ _____   ☐ _____
☐ _____   ☐ _____
☐ _____   ☐ _____

Hvernig get ég einfaldað lífið í dag?
_____

Ég er þakklát/ur fyrir

☐ _____
☐ _____
☐ _____

Hafðu einungis föt í fataskápnum þínum sem gefa
þér jákvæðar tilfinningar, það er einfaldara líf.
- Gunna Stella

dagsetning   daglega

FLÆÐISKRIF

dagsetning   daglega

Hvernig vil ég hlaða mig í dag?

Líkamlega:
_____

Andlega:
_____

Félagslega:
_____

Verkefni dagsins

- ☐ _____   ☐ _____
- ☐ _____   ☐ _____
- ☐ _____   ☐ _____
- ☐ _____   ☐ _____

Hvernig get ég einfaldað lífið í dag?
_____

Ég er þakklát/ur fyrir

- ☐ _____
- ☐ _____
- ☐ _____

Flýttu þér hægt. Það er einfaldara líf.
– Gunna Stella

dagsetning   daglega

FLÆÐISKRIF

dagsetning   daglega

Hvernig vil ég hlaða mig í dag?

Líkamlega:
_____

Andlega:
_____

Félagslega:
_____

Verkefni dagsins

- ☐ _____   ☐ _____
- ☐ _____   ☐ _____
- ☐ _____   ☐ _____
- ☐ _____   ☐ _____

Hvernig get ég einfaldað lífið í dag?
_____

Ég er þakklát/ur fyrir

- ☐ _____
- ☐ _____
- ☐ _____

Einfaldara líf er að vera, ekki bara gera.
– Gunna Stella

dagsetning					daglega

FLÆÐISKRIF

dagsetning   daglega

Hvernig vil ég hlaða mig í dag?

Líkamlega:
_____

Andlega:
_____

Félagslega:
_____

Verkefni dagsins

- ☐ _____ ☐ _____
- ☐ _____ ☐ _____
- ☐ _____ ☐ _____
- ☐ _____ ☐ _____

Hvernig get ég einfaldað lífið í dag?
_____

Ég er þakklát/ur fyrir

- ☐ _____
- ☐ _____
- ☐ _____

Er einfaldara líf mótefni við flýtiveikinni?
– Gunna Stella

dagsetning					daglega

FLÆÐISKRIF

dagsetning   daglega

Hvernig vil ég hlaða mig í dag?

Líkamlega:
_____

Andlega:
_____

Félagslega:
_____

Verkefni dagsins

☐ _____   ☐ _____
☐ _____   ☐ _____
☐ _____   ☐ _____
☐ _____   ☐ _____

Hvernig get ég einfaldað lífið í dag?
_____

Ég er þakklát/ur fyrir

☐ _____
☐ _____
☐ _____

Frostið getur aðeins bitið ef þú ert ekki undir það búinn.
– Unnar Erlingsson

dagsetning   mánaðarlega

LÍFSHJÓLIÐ

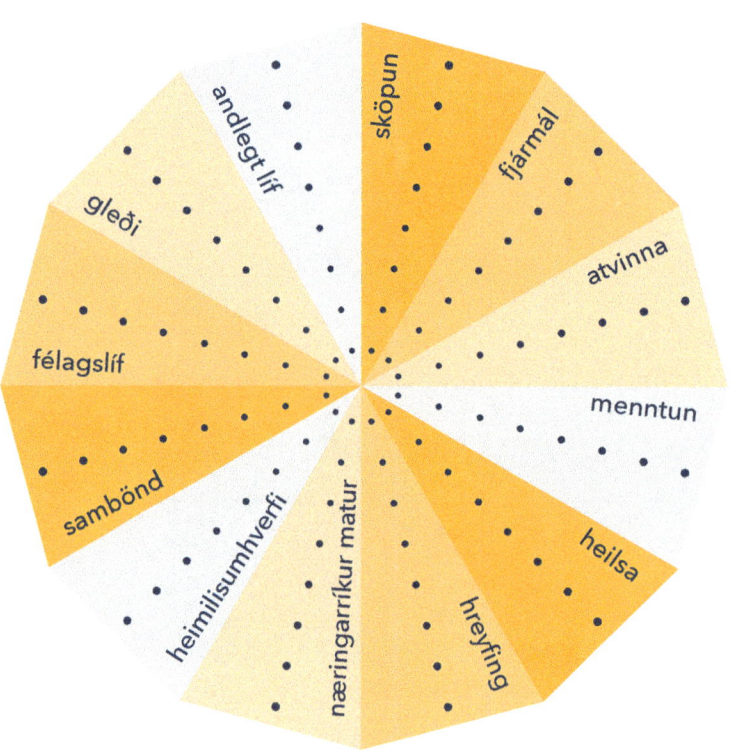

Hvað skorar hæst?
_____

Hvað skorar lægst?
_____

Hvaða svið viltu leggja áherslu á næsta mánuðinn?
_____

Hvaða markmið viltu setja þér? Mundu að hafa þau raunhæf og mælanleg.
_____
_____
_____

dagsetning mánaðarlega

dagsetning   daglega

FLÆÐISKRIF

dagsetning   daglega

Hvernig vil ég hlaða mig í dag?

Líkamlega:
_____

Andlega:
_____

Félagslega:
_____

Verkefni dagsins

☐ _____   ☐ _____
☐ _____   ☐ _____
☐ _____   ☐ _____
☐ _____   ☐ _____

Hvernig get ég einfaldað lífið í dag?
_____

Ég er þakklát/ur fyrir

☐ _____
☐ _____
☐ _____

**Ef þú talar um það er það draumur, ef þú sérð fyrir þér það er það mögulegt, en ef þú skipuleggur það er það raunverulegt.
– Tony Robbins**

dagsetning	daglega

FLÆÐISKRIF

dagsetning   daglega

Hvernig vil ég hlaða mig í dag?

Líkamlega:
_____

Andlega:
_____

Félagslega:
_____

Verkefni dagsins

- ☐ _____   ☐ _____
- ☐ _____   ☐ _____
- ☐ _____   ☐ _____
- ☐ _____   ☐ _____

Hvernig get ég einfaldað lífið í dag?
_____

Ég er þakklát/ur fyrir

- ☐ _____
- ☐ _____
- ☐ _____

Þegar dimmir er allt ljós velkomið, hversu lítið sem þú hefur.
– Unnar Erlingsson

dagsetning   daglega

FLÆÐISKRIF

dagsetning daglega

Hvernig vil ég hlaða mig í dag?

Líkamlega:
_____

Andlega:
_____

Félagslega:
_____

Verkefni dagsins

- ☐ _____ ☐ _____
- ☐ _____ ☐ _____
- ☐ _____ ☐ _____
- ☐ _____ ☐ _____

Hvernig get ég einfaldað lífið í dag?
_____

Ég er þakklát/ur fyrir

- ☐ _____
- ☐ _____
- ☐ _____

> Þú getur heillað fólk með hæfileikum þínum
> en tengist því í gegnum veikleika þína.
> - Craig Groeschel

dagsetning					daglega

FLÆÐISKRIF

dagsetning   daglega

Hvernig vil ég hlaða mig í dag?

Líkamlega:
_____

Andlega:
_____

Félagslega:
_____

Verkefni dagsins

☐ _____   ☐ _____
☐ _____   ☐ _____
☐ _____   ☐ _____
☐ _____   ☐ _____

Hvernig get ég einfaldað lífið í dag?
_____

Ég er þakklát/ur fyrir

☐ _____
☐ _____
☐ _____

Mestu máli skiptir hvað við gerum í dag.
- Unnar Erlingsson

dagsetning   daglega

FLÆÐISKRIF

dagsetning   daglega

Hvernig vil ég hlaða mig í dag?

Líkamlega:
_____

Andlega:
_____

Félagslega:
_____

Verkefni dagsins

☐ _____   ☐ _____
☐ _____   ☐ _____
☐ _____   ☐ _____
☐ _____   ☐ _____

Hvernig get ég einfaldað lífið í dag?
_____

Ég er þakklát/ur fyrir

☐ _____
☐ _____
☐ _____

Slökktu á samfélagsmiðlum í 24 klst á viku. Það er einfaldara líf.
- Gunna Stella

dagsetning   daglega

FLÆÐISKRIF

dagsetning   daglega

Hvernig vil ég hlaða mig í dag?

Líkamlega:
_____

Andlega:
_____

Félagslega:
_____

Verkefni dagsins

☐ _____   ☐ _____
☐ _____   ☐ _____
☐ _____   ☐ _____
☐ _____   ☐ _____

Hvernig get ég einfaldað lífið í dag?
_____

Ég er þakklát/ur fyrir

☐ _____
☐ _____
☐ _____

**Hafið því ekki áhyggjur af morgundeginum.
Morgundagurinn mun hafa sínar áhyggjur.
– Jesús Kristur**

dagsetning daglega

FLÆÐISKRIF

dagsetning　　　　　　　daglega

Hvernig vil ég hlaða mig í dag?

Líkamlega:
_____

Andlega:
_____

Félagslega:
_____

Verkefni dagsins

☐ _____   ☐ _____
☐ _____   ☐ _____
☐ _____   ☐ _____
☐ _____   ☐ _____

Hvernig get ég einfaldað lífið í dag?
_____

Ég er þakklát/ur fyrir

☐ _____
☐ _____
☐ _____

Ef þú gerir það sem þú hefur alltaf gert
færðu það sem þú hefur alltaf fengið.
- Höfundur óþekktur

dagsetning					daglega

FLÆÐISKRIF

dagsetning					daglega

Hvernig vil ég hlaða mig í dag?

Líkamlega:
_____

Andlega:
_____

Félagslega:
_____

Verkefni dagsins

- [ ] _____   - [ ] _____
- [ ] _____   - [ ] _____
- [ ] _____   - [ ] _____
- [ ] _____   - [ ] _____

Hvernig get ég einfaldað lífið í dag?
_____

Ég er þakklát/ur fyrir

- [ ] _____
- [ ] _____
- [ ] _____

*Hættu að bíða eftir að storminn lægi,
lærðu heldur að dansa í rigningunni.
- Unnar Erlingsson*

dagsetning   daglega

FLÆÐISKRIF

dagsetning   daglega

Hvernig vil ég hlaða mig í dag?

Líkamlega:
_____

Andlega:
_____

Félagslega:
_____

Verkefni dagsins

☐ _____   ☐ _____
☐ _____   ☐ _____
☐ _____   ☐ _____
☐ _____   ☐ _____

Hvernig get ég einfaldað lífið í dag?
_____

Ég er þakklát/ur fyrir

☐ _____
☐ _____
☐ _____

Hafðu kósýkvöld í kvöld. Það er einfaldara líf.
– Gunna Stella

dagsetning		daglega

FLÆÐISKRIF

dagsetning					daglega

Hvernig vil ég hlaða mig í dag?

Líkamlega:
_____

Andlega:
_____

Félagslega:
_____

Verkefni dagsins

- ☐ _____
- ☐ _____
- ☐ _____
- ☐ _____

- ☐ _____
- ☐ _____
- ☐ _____
- ☐ _____

Hvernig get ég einfaldað lífið í dag?
_____

Ég er þakklát/ur fyrir

- ☐ _____
- ☐ _____
- ☐ _____

Lífsfylling er fundin þar sem þú nýtur þín.
- Unnar Erlingsson

dagsetning   daglega

FLÆÐISKRIF

dagsetning   daglega

Hvernig vil ég hlaða mig í dag?

Líkamlega:
_____

Andlega:
_____

Félagslega:
_____

Verkefni dagsins

- ☐ _____
- ☐ _____
- ☐ _____
- ☐ _____

- ☐ _____
- ☐ _____
- ☐ _____
- ☐ _____

Hvernig get ég einfaldað lífið í dag?
_____

Ég er þakklát/ur fyrir

- ☐ _____
- ☐ _____
- ☐ _____

Vertu sú breyting sem þú vilt sjá í veröldinni.
– Mahatma Gandhi

dagsetning					daglega

FLÆÐISKRIF

dagsetning　　　　　　daglega

Hvernig vil ég hlaða mig í dag?

Líkamlega:
_____

Andlega:
_____

Félagslega:
_____

Verkefni dagsins

- [ ] _____ - [ ] _____
- [ ] _____ - [ ] _____
- [ ] _____ - [ ] _____
- [ ] _____ - [ ] _____

Hvernig get ég einfaldað lífið í dag?
_____

Ég er þakklát/ur fyrir

- [ ] _____
- [ ] _____
- [ ] _____

> Sannur vinur er sá sem sér sársaukann,
> þegar allir aðrir sjá aðeins brosið.
> – Unnar Erlingsson

dagsetning   daglega

FLÆÐISKRIF

dagsetning   daglega

Hvernig vil ég hlaða mig í dag?

Líkamlega:
_____

Andlega:
_____

Félagslega:
_____

Verkefni dagsins

☐ _____   ☐ _____
☐ _____   ☐ _____
☐ _____   ☐ _____
☐ _____   ☐ _____

Hvernig get ég einfaldað lífið í dag?
_____

Ég er þakklát/ur fyrir

☐ _____
☐ _____
☐ _____

Haltu áfram og leyfðu þér að láta drauma þína rætast.
Það er einfaldara líf.
- Gunna Stella

dagsetning	daglega

FLÆÐISKRIF

dagsetning daglega

Hvernig vil ég hlaða mig í dag?

Líkamlega:
___

Andlega:
___

Félagslega:
___

Verkefni dagsins

- [ ] ___
- [ ] ___
- [ ] ___
- [ ] ___

- [ ] ___
- [ ] ___
- [ ] ___
- [ ] ___

Hvernig get ég einfaldað lífið í dag?
___

Ég er þakklát/ur fyrir

- [ ] ___
- [ ] ___
- [ ] ___

**Að hægja á er stundum besta leiðin til að flýta fyrir.
- Mike Vence**

dagsetning					daglega

FLÆÐISKRIF

dagsetning   daglega

Hvernig vil ég hlaða mig í dag?

Líkamlega:
_____

Andlega:
_____

Félagslega:
_____

Verkefni dagsins

- [ ] _____   - [ ] _____
- [ ] _____   - [ ] _____
- [ ] _____   - [ ] _____
- [ ] _____   - [ ] _____

Hvernig get ég einfaldað lífið í dag?
_____

Ég er þakklát/ur fyrir

- [ ] _____
- [ ] _____
- [ ] _____

Berðu virðingu fyrir tíma þínum. Það er einfaldara líf.
– Gunna Stella

dagsetning   daglega

FLÆÐISKRIF

dagsetning			daglega

Hvernig vil ég hlaða mig í dag?

Líkamlega:
_____

Andlega:
_____

Félagslega:
_____

Verkefni dagsins

☐ _____		☐ _____
☐ _____		☐ _____
☐ _____		☐ _____
☐ _____		☐ _____

Hvernig get ég einfaldað lífið í dag?
_____

Ég er þakklát/ur fyrir

☐ _____
☐ _____
☐ _____

Þú þarft ekki meira pláss. Þú þarft minna af hlutum.
- Joshua Becker

dagsetning   daglega

FLÆÐISKRIF

dagsetning   daglega

Hvernig vil ég hlaða mig í dag?

Líkamlega:
_____

Andlega:
_____

Félagslega:
_____

Verkefni dagsins

☐ _____   ☐ _____
☐ _____   ☐ _____
☐ _____   ☐ _____
☐ _____   ☐ _____

Hvernig get ég einfaldað lífið í dag?
_____

Ég er þakklát/ur fyrir

☐ _____
☐ _____
☐ _____

Þú ert hugrakkari en þú trúir, sterkari en
þú virðist og miklu betri en þú heldur.
– Unnar Erlingsson

dagsetning   daglega

FLÆÐISKRIF

dagsetning   daglega

Hvernig vil ég hlaða mig í dag?

Líkamlega:
_____

Andlega:
_____

Félagslega:
_____

Verkefni dagsins

- ☐ _____   ☐ _____
- ☐ _____   ☐ _____
- ☐ _____   ☐ _____
- ☐ _____   ☐ _____

Hvernig get ég einfaldað lífið í dag?
_____

Ég er þakklát/ur fyrir

- ☐ _____
- ☐ _____
- ☐ _____

Vertu þátttakandi frekar en áhorfandi.
– Unnar Erlingsson

dagsetning   daglega

FLÆÐISKRIF

dagsetning   daglega

Hvernig vil ég hlaða mig í dag?

Líkamlega:
_____

Andlega:
_____

Félagslega:
_____

Verkefni dagsins

- ☐ _____
- ☐ _____
- ☐ _____
- ☐ _____

- ☐ _____
- ☐ _____
- ☐ _____
- ☐ _____

Hvernig get ég einfaldað lífið í dag?
_____

Ég er þakklát/ur fyrir

- ☐ _____
- ☐ _____
- ☐ _____

Hafðu hugrekki til að byggja líf þitt í kringum
það sem skiptir þig mestu máli.
- Joshua Becker

dagsetning					daglega

FLÆÐISKRIF

dagsetning   daglega

Hvernig vil ég hlaða mig í dag?

Líkamlega:
_____

Andlega:
_____

Félagslega:
_____

Verkefni dagsins

- [ ] _____   - [ ] _____
- [ ] _____   - [ ] _____
- [ ] _____   - [ ] _____
- [ ] _____   - [ ] _____

Hvernig get ég einfaldað lífið í dag?
_____

Ég er þakklát/ur fyrir

- [ ] _____
- [ ] _____
- [ ] _____

**Ef þú gerir það sem þú hefur alltaf gert
færðu það sem þú hefur alltaf fengið.
- Tony Robbins**

dagsetning   daglega

FLÆÐISKRIF

dagsetning   daglega

Hvernig vil ég hlaða mig í dag?

Líkamlega:
_____

Andlega:
_____

Félagslega:
_____

Verkefni dagsins

☐ _____   ☐ _____
☐ _____   ☐ _____
☐ _____   ☐ _____
☐ _____   ☐ _____

Hvernig get ég einfaldað lífið í dag?
_____

Ég er þakklát/ur fyrir

☐ _____
☐ _____
☐ _____

Stærsti veikleiki okkar liggur í því að gefast upp. Öruggasta leiðin til að ná árangri er alltaf að reyna aðeins einu sinni enn.
– Thomas Edison

dagsetning   daglega

FLÆÐISKRIF

dagsetning   daglega

Hvernig vil ég hlaða mig í dag?

Líkamlega:
_____

Andlega:
_____

Félagslega:
_____

Verkefni dagsins

☐ _____   ☐ _____
☐ _____   ☐ _____
☐ _____   ☐ _____
☐ _____   ☐ _____

Hvernig get ég einfaldað lífið í dag?
_____

Ég er þakklát/ur fyrir

☐ _____
☐ _____
☐ _____

**Blessaður ert þú þegar þú kemur heim og
blessaður ert þú þegar þú gengur út.
– 5. Mósebók 28:6**

dagsetning   daglega

FLÆÐISKRIF

dagsetning   daglega

Hvernig vil ég hlaða mig í dag?

Líkamlega:
_____

Andlega:
_____

Félagslega:
_____

Verkefni dagsins

☐ _____   ☐ _____
☐ _____   ☐ _____
☐ _____   ☐ _____
☐ _____   ☐ _____

Hvernig get ég einfaldað lífið í dag?
_____

Ég er þakklát/ur fyrir

☐ _____
☐ _____
☐ _____

Hamingjan kemur innan frá, innan frá sjálfum þér,
með því að lifa tilgangsríku lífi.
- Joshua Milesburn

dagsetning   daglega

FLÆÐISKRIF

dagsetning							daglega

Hvernig vil ég hlaða mig í dag?
Líkamlega:
_____
Andlega:
_____
Félagslega:
_____

Verkefni dagsins
- ☐ _____   ☐ _____
- ☐ _____   ☐ _____
- ☐ _____   ☐ _____
- ☐ _____   ☐ _____

Hvernig get ég einfaldað lífið í dag?
_____

Ég er þakklát/ur fyrir
- ☐ _____
- ☐ _____
- ☐ _____

Þakkaðu fyrir daginn að morgni, um miðjan daginn og að kvöldi.
- Gunna Stella

dagsetning   daglega

FLÆÐISKRIF

dagsetning   daglega

Hvernig vil ég hlaða mig í dag?

Líkamlega:
_____

Andlega:
_____

Félagslega:
_____

Verkefni dagsins

☐ _____   ☐ _____
☐ _____   ☐ _____
☐ _____   ☐ _____
☐ _____   ☐ _____

Hvernig get ég einfaldað lífið í dag?
_____

Ég er þakklát/ur fyrir

☐ _____
☐ _____
☐ _____

Ef þú vilt breyta heiminum skaltu taka upp pennann og skrifa.
- Martin Luther

dagsetning   daglega

FLÆÐISKRIF

dagsetning   daglega

Hvernig vil ég hlaða mig í dag?

Líkamlega:
_____

Andlega:
_____

Félagslega:
_____

Verkefni dagsins

☐ _____   ☐ _____
☐ _____   ☐ _____
☐ _____   ☐ _____
☐ _____   ☐ _____

Hvernig get ég einfaldað lífið í dag?
_____

Ég er þakklát/ur fyrir

☐ _____
☐ _____
☐ _____

Drottinn er minn hirðir, mig mun ekkert bresta.
– Davíð konungur

dagsetning		daglega

FLÆÐISKRIF

dagsetning   daglega

Hvernig vil ég hlaða mig í dag?

Líkamlega:
_____

Andlega:
_____

Félagslega:
_____

Verkefni dagsins

- ☐ _____   ☐ _____
- ☐ _____   ☐ _____
- ☐ _____   ☐ _____
- ☐ _____   ☐ _____

Hvernig get ég einfaldað lífið í dag?
_____

Ég er þakklát/ur fyrir

- ☐ _____
- ☐ _____
- ☐ _____

Ef þú dettur sjö sinnum. Stattu þá upp átta sinnum.
– Japanskur orðskviður

dagsetning   daglega

FLÆÐISKRIF

dagsetning   daglega

Hvernig vil ég hlaða mig í dag?

Líkamlega:
_____

Andlega:
_____

Félagslega:
_____

Verkefni dagsins

- [ ] _____   - [ ] _____
- [ ] _____   - [ ] _____
- [ ] _____   - [ ] _____
- [ ] _____   - [ ] _____

Hvernig get ég einfaldað lífið í dag?
_____

Ég er þakklát/ur fyrir

- [ ] _____
- [ ] _____
- [ ] _____

Lifðu í jafnvægi. Það er einfaldara líf.
- Gunna Stella

dagsetning

HEIÐARLEGT MAT

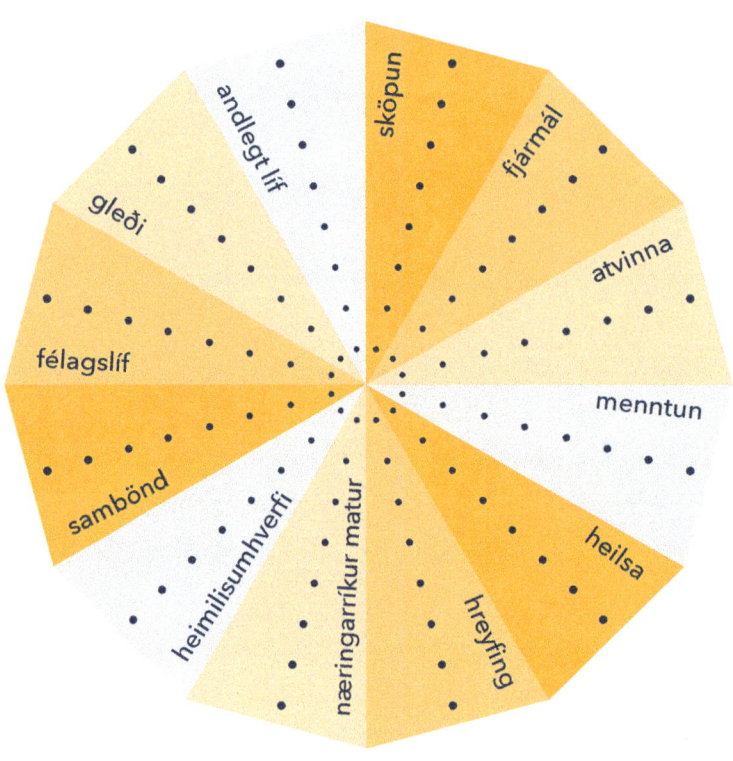

Hvernig finnst þér hafa gengið að hlaða og finna jafnvægi í lífi þínu síðastliðna mánuði?

_____
_____
_____
_____
_____
_____
_____
_____
_____

dagsetning

Sérðu mun á lífshjólinu í dag miðað við það hvernig það leit út í upphafi bókarinnar?

☐ Já ☐ Nei

Ef já, hver er munurinn?
_____
_____
_____
_____

Hvaða svið á lífshjólinu vilt þú leggja áherslu á næsta mánuðinn?
_____

Hvernig ætlar þú að gera það?
_____
_____
_____
_____
_____
_____
_____
_____
_____

Klapp á bakið

Uppörvaðu sjálfan þig
svo þú getir uppörvað aðra.

Fyrirgefðu sjálfum þér
svo þú getur fyrirgefið öðrum.

Sjáðu,
opnaðu augun,
fyrir maka þínum,
börnunum þínum,
samferðamönnum,
umhverfinu og Guði.

Þakkaðu, fagnaðu og gleðstu.
Uppörvaðu, fyrirgefðu og hvettu.

Klappaðu sjálfum þér á bakið
svo þú getir klappað öðrum.

– Sigurbjörn Þorkelsson
Úr ljóðabókinni, Svalt, 2007

TIL HAMINGJU MEÐ AÐ KLÁRA DAGBÓKINA ÞÍNA!

Það er virkilega vel gert að gefa þér tíma til að setja súrefnisgrímuna á sjálfa/n þig. Það er svo mikilvægt að muna að til þess að við getum sinnt hlutverkum okkar í lífinu þá þurfum við að gefa okkur tíma til að hlaða. Með því að gefa þér tíma til að skrifa og finna út hvernig þú getur hlaðið þig andlega og líkamlega ertu að hrinda af stað keðjuverkun.

Einstaklingur sem tekur ábyrgð á eigin lífi og vinnur að lækningu, læknar ekki bara sig. Hann læknar barnabörnin sín.

Ég geri mér grein fyrir því að þetta er ekki alltaf auðvelt en það er svo sannarlega þess virði. Þegar við gefum okkur tíma til að byggja okkur sjálf upp, hlaða, einfalda lífið og iðka þakklæti þá verðum við sáttari í eigin skinni og betur undir það búin að taka því sem lífið færir okkur. Við vorum sköpuð til að elska og vera elskuð, til að gera og vera, til að njóta og þjóta.

Finnum jafnvægið á milli þessa, höldum fast í það og munum að fara eftir því sem æðruleysisbænin kennir okkur. Að lifa einn dag í einu og njóta hvers andartaks fyrir sig.

Gunna Stella

Einfaldara líf: *Þetta þarf ekki að vera svona flókið*

UM HÖFUNDINN

Gunna Stella er eiginkona, fjögurra barna móðir og fósturmóðir sem er búsett á Selfossi. Eftir að hafa starfað sem grunnskólakennari í 12 ár ákvað hún að láta draum sinn rætast og starfa sjálfstætt. Í dag vinnur Gunna Stella sem kennari og heilsumarkþjálfi sem sérhæfir sig í því að það að hjálpa einstaklingum að finna meira jafnvægi í lífi sínu. Það gerir hún með pistlaskrifum, námskeiðum, fyrirlestrum og ráðgjöf.

Nánari upplýsingar

Þú getur fylgt Gunnu Stellu á Instagram og Facebook undir nafninu Gunna Stella. Þar deilir hún hinum ýmsu ráðleggingum og ráðum. Gunna Stella heldur einnig úti Hlaðvarpinu Einfaldara líf ásamt því að vera með facebook hópinn Einfaldara líf. Nánari upplýsingar má finna á heimasíðunni www.gunnastella.is.